குறி அறுத்தேன்

கல்கி சுப்ரமணியம்

அட்டை புகைப்படக் கலைஞர்: ஆலிஸ் பிரியா

INDIA · SINGAPORE · MALAYSIA

ISBN
Hardcase: 979-8-88883-909-6
Paperback: 979-8-88883-253-0

சமர்ப்பணம்

வாழ்வின் சவால்களுடன் பலகாலம் போராடி பின் இயலாமல் தன்னுயிரை மாய்த்த திருநங்கைகளுக்கு இந்நூல் ஓர் அஞ்சலி. வாழ்வின் வலிகளிலிருந்து போராடி மீண்டு தன் இருப்பை பெருமையுடன் வலுப்படுத்தி வெற்றிபெற்ற அத்தனை திருநங்கைகளுக்கும் இந்நூல் சமர்ப்பணம்.

உள்ளடக்கம்

ஒன்று

இரண்டு

மூன்று

நான்கு

கல்கி சுப்ரமணியம் - ஓர் அறிமுகம்

கல்கி சுப்ரமணியம் திருநங்கைகள் உரிமைகள் ஆர்வலரும், ஓவியரும், நிகழ்த்துக்கலைஞரும், எழுத்தாளரும், தொழில் முனைவரும், மிகச்சிறந்த பேச்சாளரும் ஆவார்.

இவர், தமிழ்நாட்டில் கோவை மாவட்டம் பொள்ளாச்சியில் பிறந்தார். இதழியல் மற்றும் மக்கள் தொடர்பியலில் ஒரு முதுகலைப் பட்டமும், சர்வதேச உறவுகள் படிப்பில் ஒரு முதுகலைப் பட்டமும் பெற்றுள்ளார். -2004ம் ஆண்டு 'சகோதரி' என்ற திருநங்கைகளுக்காக இதழை வெளியிடத் தொடங்கினார். இது இந்தியாவில் திருநங்கைகளுக்காக வெளிவந்த முதல் தமிழ் இதழ் ஆகும்.

2005ம் ஆண்டு முதலே திருநங்கைகளுக்கு கல்வி, மற்றும் மரியாதைக்குரிய வாழ்க்கை அமைய போராடும் கல்கி, 2008ம் ஆண்டு 'சகோதரி அறக்கட்டளை' என்ற அமைப்பை தொடங்கி திருநங்கைகளின் கல்வி மற்றும் சமூக அங்கீகாரத்திற்காக தொடர்ந்து உழைக்கிறார். 2010ம் ஆண்டு *www.Thirunangai.net* என்ற உலகின் முதல் திருநங்கைகளின் திருமண வலைத்தளத்தை ஏற்படுத்தி சாதனை படைத்தார். அதே ஆண்டு இவர் 'நர்த்தகி' என்ற தமிழ திரைப்படத்தில் நடித்தார். இந்திய திரைப்படங்களில் நடித்த முதல் திருநங்கை கதாநாயகி கல்கி சுப்ரமணியம் ஆவார்.

2010ல் கல்கியின் மிகச்சிறந்த சமூக சேவைக்காக அமெரிக்க அரசாங்கம் இவரை அந்நாட்டிற்கு வரவழைத்து நியூயார்க் நகரில் உள்ள ஐக்கிய நாடுகள் சபை கட்டிடத்தில் கவுரவித்தது. 2014ம் ஆண்டு இந்திய உச்சநீதி மன்றம் திருநங்கைகளை சட்ட ரீதியாக உரிமைகளை அங்கீகரிக்க சட்ட வல்லுனர்களுடன் கல்கி கடுமையாக உழைத்தார். இன்று திருநங்கைகள் எளிதில் அரசுப்பணியில் சேர கல்கியின் மகத்தான உழைப்பும் ஒரு காரணியாகும். அதே ஆண்டு திருநங்கைகளின் வாழ்வியல் குறித்து 'குறி அறுத்தேன்' என்ற கவிதைத்தொகுப்பை வெளியிட்டார். அந்நூலின் கவிதைகள் பல கல்லூரி பாடத்திட்டங்களில் சேர்க்கப்பட்டன.

2015ம் ஆண்டு FaceBook நிறுவனம் அவரின் சமூகப்பணிகளைக் கண்டு சமூக மேம்பாட்டிற்காக உழைக்கும் உலகின் மிகச்சிறந்த பத்துப்பெண்களில் ஒருவராக தேர்ந்தெடுத்தது.

கல்கி சுப்ரமணியம் -2016ம் ஆண்டில் தனது ஓவியங்களுக்கு விற்று அதன்மூலம் பெறப்பட்ட தொகையினை திருநங்கைகளின் கல்விக்கு உதவினார். ஏராளமான திருநங்கைகளை தற்கொலையிலிருந்து மீட்டதோடு மட்டுமல்லாமல் அவர்களில் பலரை ரோல்மாடலாக உருவாக்கினார். இன்று கல்கியின் மாணவிகள் டாக்டராக, கலைஞர்களாக, தொழில் முனைவர்களாக, ஆசிரியர்களாக, கார்போரேட் நிறுவனங்களில் மேலாளர்களாக உள்ளனர்.

2017ம் ஆண்டு முதல் 500க்கும் மேற்பட்ட திருநங்கைகளுக்கு ஓவியப்பயிற்சி அளித்து கலைப்படைப்புகள் வழியாக அவர்களின்

வாழ்வாதாரத்தை பெருக்கிக்கொள்ள வழி செய்தார். 2017ல் ஹார்வர்டு பல்கலைகழகத்தில் உரையாற்ற அமெரிக்கா அழைக்கப்பட்டார். அவரின் ஆங்கில உரையை கேட்டு அரங்கில் இருந்தோர் எழுந்து நின்று கைதட்டினர். அமெரிக்கா, கனடா அரசுகள் மற்றும் நெதர்லாந்து, ஜெர்மனி நாட்டை சேர்ந்த சமூக அமைப்புகள் கல்கியின் சேவையை பாராட்டி அவரை தங்கள் நாட்டுக்கு வரவழைத்து கவுரவப்படுத்தினர்.

2021ம் ஆண்டு கல்கி தனது ஆங்கில நூலான 'We Are Not The Others' வெளியிட்டார். அந்த நூலின் பல பகுதிகள் கல்லூரிகளில் ஆங்கில பாடத்திட்டங்களில் இடம் பெற்றுள்ளன. திருநங்கைகளின் வாழ்க்கையை தொடர்ந்து ஆவணப்படுத்துவதற்காகவும், சமூகப் பணிகளுக்காகவும் -2022ம் ஆண்டு *Plan India* தொண்டு நிறுவனம் அவருக்கு *Radhika Sen Memorial Silver Wings* விருது வழங்கியது.

2022 அக்டோபரில் மீண்டும் அமெரிக்காவுக்கு அழைக்கப்பட்டு அங்கு தனது இலக்கியம், கவிதை, ஓவியம், சமூக்கப்பணிகள் குறித்து யேல், கார்னல், ரட்கர்ஸ், பென்சில்வேனியா மற்றும் ஹார்வர்ட் பல்கலைக்கழகங்களில் பேசினார்.

உலகின் பல நாடுகளுக்கு பயணப்பட்டாலும் தனது குடும்பத்தினருடன் எழில்மிகு பொள்ளாச்சி நகரில் வாழ்ந்து வருகிறார் கல்கி சுப்ரமணியம்.

என்னுரை

பன்னிரண்டு வயதில் பாரதியை வாசிக்க தொடங்கியதும் அங்கொன்றும், இங்கொன்றுமாய் என் பெண்மையின் ஏக்கங்களை, பரவசங்களை, குழப்பங்களை காகிதங்களில் கிறுக்கியது முதலே கவிதைகளிலும் ஓவியங்களிலும்தான் என் உணர்வுகளை பதித்துவந்திருக்கிறேன்.

'குறி அறுத்தேன்' எனது முதல் படைப்பு. உங்கள் கைகளிலுள்ள இந்த நூல் அதன் இரண்டாம் பதிப்பு. இலக்கியத்தில் என் முதல் தமிழ்க்குழந்தை. திருநங்கைகளை பல ஆண்டுகள் வஞ்சித்த இந்த சமூகத்தின்மீதானஎன்கோபங்களையும், சாடல்களையும், அவ்வப்போது மலர்ந்து மடியும் என் காதல்களையும் கவிதைகளாக முகநூலில் வெளியிட்டபோது கிடைக்கப்பெற்ற பெரும் விமர்சனமும், வரவேற்பும், விவாதமுமே இந்நூல் வெளிவர பெரும் காரணியாக இருந்தது,

ஒரு திருநங்கையாக நான் வாழ்ந்த, வாழுகின்ற வாழ்க்கை அனுபவங்களிலிருந்தும், நான் கண்ட, என்னோடு வாழ்ந்த திருநங்கைகளின் வாழ்க்கை அனுபவங்களையும் அவ்வப்போது நினைவுகளால் இருட்டில் புரட்டும்போது கவிதைகளாய், வெளிச்சக்கீற்றாய் வார்த்தைகளில் விழும். வாழ்வை கவியாக்கும் அனுபவம் அவ்வளவு எளிதல்ல. வாழ்வே

கவியானவர்க்கு அது எளிதில் சாத்தியம். ஆனால் வலியை கவியாக்கும்போது மீண்டும் வலிக்கும்.

மனதைப் பிழிந்தால் குருதி கொப்பளிக்கும், அனலாய் கோபங்கள் தகிக்கும், ஏமாற்றமும், காயங்களும் கண்ணீரில் கரையும். இவற்றைத்தாண்டி இதயத்தின் உள்ளே எங்கேயோ ஒரு மூலையில் திருதிருவென்று விழித்துக்கொண்டு குறுகி அமர்ந்திருக்கும் காதல் மலங்கமலங்க விழிக்கும்.

மனிதர்கள் மறுத்த எனதடையாளமே கேள்விக்குறியாய் வளைந்திருக்கையில்தான் சகஉயிர்களின் வேதனை புரிகிறது. இவ்வனுபவங்களை கவிதைகளாய் கதைத்திருக்கிறேன்.

இரண்டாம் பதிப்பில் கூடுதலாக கவிதைகளையும், கட்டுரையும், ஓவியங்களையும் சேர்த்துள்ளேன்.

வாசிக்கும் உங்களுக்கு என் நன்றிகள்.

பேரன்புடன்,
கல்கி சுப்ரமணியம்

முகவுரை

திருநங்கைகள் பற்றி எனக்குள் அதிர்வுகளை ஏற்படுத்திய முதல் கவிதை நா. காமராசனுடையது.

> "சந்திப்பிழை போன்று
>
> சந்ததிப்பிழை நாங்கள்
>
> காலத்தின் பேரேட்டைக்
>
> கடவுள் திருத்தட்டும்"

என்று அவர் எழுதிய வரி அவர்களுடைய ஆகப்பெரிய வலி. அவர்களுக்குத் தாலிகட்டி அவர்களோடு வாழ நினைக்கிற கடவுள் கூட அடுத்த நாள் அவர்களை விதவைக்களாக்கி விட்டு இறந்து கிடக்கிறான். அவன் செத்து விட்டானா அல்லது நாம் சாகடித்து விட்டோமா?

> "குழலினிது யாழினிது என்ப-தம் மக்கள்
>
> மழலைச் சொல் கேளாதவர்"

என்ற வள்ளுவன் வாக்கு ஏன் அவர்கள் வாழ்வில் பொய்த்துவிட்டது?

> "என்னை
>
> நிராகரிக்காதே அம்மா.

ஆணாயினும்

பெண்ணாயினும்

அதுவாயினும்

எதுவாயினும்

நான் உன் பிள்ளைதானே அம்மா?"

இப்படிப் பிறந்துவிட்ட ஒரு பிள்ளையின் குரல் பெற்ற தாயின் காதுகளிலேயே ஏன் இத்தனை ஈனஸ்வரமாக ஒலிக்கவேண்டும்?

"உங்கள் மார்பு உண்மையா?"

"உங்களுக்கு பெண்குறி உண்டா?"

"பெண்ணைப்போலவா?"

என்ற கேள்விகளால் ஏன் அவர்களின் உடலை கேலி செய்ய வேண்டும்? அவர்களுடைய முலைகளும் பெண்குறியும் மட்டும்தான் நம் சந்தேகமா? இந்தக் கேள்விகளுக்கெல்லாம் பதில் சொல்பவராக மட்டுமல்ல, எதிர் கேள்விகளையும் முன்வைக்கிற கேள்வியின் நாயகியாக கல்கி சுப்ரமணியம் விஸ்வரூபம் எடுத்திருக்கிறார். மாகாளியிடம் வரம் வாங்கி கொற்றவையை அவர்களை பழிவாங்க துடிக்கிறார்.

"உன்னிரு முலைகள்

பிசையும்

அவன் கைகளையும்

உன்னை

வெறியோடு

துளைக்கத்துடிக்கும்

அவன் குறியையும்

பியித்து எறிகின்ற

கோபமிருந்தும்

தேசத்தந்தைக்கு

விலைவைத்த

காகிதத்தாள்களுக்கு ஏங்கி

நெருப்பை வலியோடு

நெஞ்சில் சுமந்து

ஏனடி

வெற்றுடம்பில்

வாழும்

உயிர்ப்பிணமாய்

கிடக்கிறாய்?"

என்று அழைக்கும் கல்கி, நெருப்பை எடுத்து தன் சகாக்களின் கண்களையெல்லாம் சிவக்க வைக்கிறார்.

'ஈழம் என்ற ஒரு சிதைந்த யோனி' என்கிற ஒரு வரியில் எனக்கு கல்கியின் முகத்தில் இசைப்பிரியாவின்

முகம் தெரிகிறது. மணிப்பூரில் எல்லைப்படை இராணுவத்தினரால் பாலியல் பலாத்காரம் செய்யப்பட்ட பெண்களுக்கு நீதி கேட்டு எல்லை படைகளுக்கு வழங்கப்பட்டிருக்கும் சிறப்பு அதிகாரத்தை எதிர்த்து போராடிய இரோம் ஷர்மிளா முகமும் தெரிகிறது.

"போகிறது பார்

பொட்டை'

என்று

நகைத்துச் சிரித்தார்கள்

ஆண்மையை

தொங்கவிட்டுக்கொண்டிருப்பவர்கள்".

"நேற்றிரவு

என் காதலை

கொன்றுவிட்டேன்"

இந்த வரிகளெல்லாம் நிர்வாணம் கூடிய ஒரு வாளாக ஒளிவீசி சுழல்கின்றது. அப்படியோர் ஆயுத எழுத்தை, கல்கி தனது கவிதைகளின் மூலம் முன்வைக்கிறார்.

ஆண்டாள் தன் முலைகளை வேரோடு பிடுங்கி எறிந்து கண்ணனிடம் காதல் வேண்டியதைப் போல... கண்ணகி தன் முலையைத் திருகி எறிந்து மதுரையை நிர்மூலமாக்கியதைப்போல.. கல்கி இந்த

சமூகத்தின் முகத்தில் தனது குறியை அறுத்தெறிந்து சில நியாயங்களை கேட்கிறார்.

இந்தக் கேள்விகளுக்குப் பின்னால் அவர்கள் ஓங்கி ஓங்கி கை தட்டும் ஓசை எனக்கு கேட்கிறது', பெரு மழையின் போது ஒலிக்கின்ற பேரிடி போல'!

என்றென்றும் அன்புடன்
பழநிபாரதி

முன்னுரை

முன்னுரை எழுதும் அளவிற்கு முன்னோடியான இலக்கியவாதியாக இல்லை என்றாலும் வாழ்த்துரை எழுதி வழங்கிடும் ஒன்றையே வாய்ப்பாக கருதுகின்றேன்,

திருநங்கை கல்கி சுப்ரமணியம் அவர்களின் எழுத்துக்களில் தீப்பிழம்புகள் புனையப்பட்டுள்ள கவிதைத் தொகுப்பான 'குறி அறுத்தேன்' குறித்து வாழ்த்து மடல் இது. தன்னுடைய தனிப்பட்ட அனுபவங்களில் ஊடே நின்று சமூகத்தை பார்த்திருப்பதிலும், விமர்சித்திருப்பதிலும், பலமாக சாடி இருப்பதிலும் படைப்பு மேதை ராஜ்கபூர் அவர்களின் சாயல் தென்படுகிறது. சுயசரிதையின் நடுவே சுவையான சிந்தனைகளும், பாடல்களும், சூழ்நிலைகளும், இன்னபிறவும்.

திருநங்கைகளின் உண்மைநிலை தெரிந்தவர்களும், தெரியாதவர்களும் அவர்களை எதிர்ப்பபோரும் எள்ளி நகைப்போரும் இதை படித்தால் அறியாமல் தவறுகள் இருந்தாலும் தன் செயலை திருத்திக் கொள்வது நிச்சயம்.

'குறிஅறுத்தேன்', 'ஓங்கிக்கைதட்டு', 'கள்குடித்தகரடி' என்பன என்னுடைய மனதில் ஆழப்பதிந்து இருந்தன. மொழியும் துணிவும் வசப்பட்டு இருக்கும் கல்கிக்கு நல்லவைகள் அனைத்தும் வசமாக வாழ்த்துகிறேன்

அன்புடன்
ஹரிஷ் ராகவேந்திரா

அணிந்துரை

தங்கள் கவிதைகளைப் படித்தேன். இந்த சமூகத்தின் மீதான உங்கள் பெருங்கோபத்தின் வெளிப்பாடாக இருந்தது. வலி, எதிர்பார்ப்பு, நம்பிக்கை, ஏக்கம் என எல்லா உணர்வுகளையும் உங்கள் கவிதை காட்சிப்படுத்துகிறது. அவமானங்களின் பிரதிநிதி என்பது அழகான சொற்றொடர். 'அம்மா' என்ற கவிதை மனதின் கன்னத்தில் அறைந்தது. கல்கி, நீங்கள் எழுதியிருப்பது போல கவிதையாக வாழும் நிலை எல்லார்க்கும் வாய்க்காது. நிறைய எழுதுங்கள். வாழ்த்துக்கள்.

பேரன்புடன்,
கபிலன்

ஒன்று

எழுந்திரடி! என் தங்கமே!

விந்தை
வெளியேற்ற
வித்தியாச
இடம் தேடும்
வக்கிரக்காரர்களுக்கு
வடிகாலாய்
விலைபோக
வீதிக்கு
வந்துவிட்டாயோ
என் தங்கமே!

சாலைகளின்
சந்திப்புகளிலும்
சந்திக்காத இருட்டுகளிலும்
காமுகர்க்கு இரையாக
காத்திருக்கிறாயோ!

எந்தக் குரூரர்களின்
இழிசொற்களால்
காயப்படுத்தப்பட்டாயோ
எந்தக்கூட்டத்தின்
கேவலச் சிரிப்பாலும்
எக்காளத்தாலும்

உன் மனம்
காய்ப்புக்காய்த்ததோ,
அந்தக்கூட்டத்தின்
ஒருவனுக்கே
இரையாக
நிற்கிறாய்

தன் இரைக்காக
தான் முதலில்
இரையாகும்
அவலம்
உனக்கு.

உன்னிரு முலைகள்
பிசையும்
அவன் கைகளையும்
உன்னை
வெறியோடு
துளைக்கத்துடிக்கும்
அவன் குறியையும்
பிய்த்து எறிகின்ற
கோபமிருந்தும்
தேசத்தந்தைக்கு
விலைவைத்த
காகிதத்தாள்களுக்கு ஏங்கி
நெருப்பை வலியோடு
நெஞ்சில் சுமந்து

ஏனடி
வெற்றுடம்பில்
வாழும்
உயிர்ப்பிணமாய்
கிடக்கிறாய்?

இப்படி உனை
தினம் தினம்
உருக்குலைக்கும்
கழுகுகளுக்கு
இன்னும்
எத்தனை நாட்கள்
இரையாவதாய்
உத்தேசம்?
உன்னையே நீ
விற்றுவிட்டு
உயிரை மட்டும்
சுமப்பது என்ன வாழ்வு?

இதற்காகவா
பெண்ணானாய்?

எழுந்திரடி!
புரட்டிப்போடு அவனை!
உன்னை
அம்மணமாக்கும்
அவமானங்களின்

பிரதிநிதி அவன்.
அவன் கழுத்தில்
கால் வைத்து
உன்
காளிமுகம் காட்டு!

மணிக்கொலுசு
மாட்டிய,
காயத்தழும்புகள்
நிறைந்த
உன் கால்களால்
எட்டியொரு
உதை போடு
அவன் குறியை
குறிபார்த்து!

புரட்டியது
போதும் அவனை,
இனி
புரட்டவும்
போரிடவும
நிறைய இருக்கிறது
புறப்படு!

உன் நெற்றித்திலகம்
சூரியனாக
உன் மொத்தமும்

சக்தியின் உருவமாக
உணர்வாய்
என் உன்னதப் படைப்பே!

மனம் கொத்தாத
மனிதரைத் தேடு!
உடல் தேடாத
உன்னதம் தேடு!

என்றும் வீழாத
வாழ்வொன்று
உண்டெனில்
அதன்
வேர்களைத் தேடு!

போர்க்களத்தில்தான்
நானுமிருக்கிறேன்
மடமையை கொன்று
வீணரை வென்று
வாழ்வை
கொண்டாடுவோம் வா!

பயம் கொள்ளாதே.
என் தங்கமே
வாடி வா, வா!

⁂

ஈழம் என்றொரு சிதைந்த யோனி

நான்
சிந்திய குருதி
காய்ந்தபின்பு
செதுக்கிய வடுக்கள்
அடையாளங்களாய்
என் யோனியில்
நிலைக்கின்றன.

இப்போதெல்லாம்
வடுக்களை நான்
தொடும்போது
ஐயோ
வயிறு கிழிந்து
யோனி பிளந்து
இறந்துபோன
என் ஈழத்துச்சகோதரியின்
நினைவுகள்
நெருப்பாய் தகிக்கிறதே..

எனக்கான தேடலில்
நானும்
தன் இனத்திற்கான தேடலில்

அவளும்
வலி சுமந்தோமே...
அவள் வலியில்
சொற்ப வலியும்
வழிந்த குருதியின்
வாசமும் ஈரமும்
நானறிவேனே.
அந்த வலியின்
வாசல்வரை
சென்றுவந்தேன்
என்பதாலேயே
அவளுக்கு
நான் இன்னும்
நெருக்கமானேனே.

அவளை பிளந்து
கொன்ற மிருகங்கள்
அத்தோடு விடவில்லையே
அவள் பெற்ற
நன்மக்களையும்
தரையில்
தலையடித்து
கொன்றனரே?

ஐயோ அம்மிருகங்கள்
இன்னும் உயிருடன்
உலவிக்கொண்டுதானே

இருக்கின்றன.
என் செய்வேன்?

திருநங்கை
எனைக்கண்டு
சிரிக்கும்
தெருநாய்களிடம்
அவளை
சிதைத்துக் கொன்ற
மிருகங்களின்
சாயலை
காண்கிறேன்.
விறுவிறுவென்று
வெறிகொண்ட
வேங்கை ஒன்று
உள்ளே
திடுக்கென்று
விழிக்கிறது.

எனக்கான ஒன்று
நடக்கும்போது
விழி சிவந்து
நரம்புகள் புடைக்கின்றதே..
என் இனத்திற்கான
ஒன்று நடக்கும்போது
ஏன் சிவக்கவில்லை
புடைக்கவில்லை?

எங்கே போயிற்று
தமிழச்சி என்
வரலாற்று வீரம்?

– 35 –

ஐயோ
புனைவுக்கதைகள்
சொல்லி
எனை
ஏமாற்றிவிட்டனரே?

தமிழே..
தனைமறந்து
கவிதை சொல்வதையும்
தலைகவிழ்ந்து
கவலை கொள்வதையும்
தவிர வேறென்ன
கற்றுக்கொடுத்தாய்
எனக்கு...
என்
தலைமுறையையே
மயக்கத்தில்
வைத்தாயே?

ஐயோ
என் அடையாளம்
தந்த
அவமானங்கள்

இதயத்தில்
கீறல்களாய் இருக்க,

தொலைந்த தமிழரின்
சவக்குழிகளும்
இழந்த ஈழத்தின்
வரலாறுகளும்
சிவந்த
என் விழிகளில்
வழிந்த
கண்ணீர் கோடுகளிலும்,
சிதைந்த
என் யோனியின்
காய்ந்த மேடுகளிலும்,
இறந்த
என் இனத்தின்
வலிகளும்
வடுக்களுமாய்
புதைந்துபோயினவே.......

✹ ✹ ✹

குறி அறுத்தேன்

மாதவம் ஏதும்
செய்யவில்லை
நான்.
குறி அறுத்துக்
குருதியில் நனைந்து
மரணம் கடந்து
மங்கையானேன்.
கருவறை உனக்கில்லை
நீ பெண்ணில்லை
என்றீர்கள்.
நல்லது.

ஆண்மையை
அறுத்தெறிந்ததால்
சந்ததிக்கு
சமாதி கட்டிய
பட்டுப்போன
ஒற்றை மரம்
நீ,
விழுதுகள் இல்லை
உனக்கு,
வேர்கள்
உள்ளவரை மட்டுமே

பூமி உனை தாங்கும்
என்றீர்கள்.
நல்லது.

நீங்கள் கழிக்கும்
எச்சங்களை,
சாதி வெறியும்
மத வெறியும்
கொண்டு நீங்கள்
விருட்சமாக்க
விதைபோட்ட
உங்கள் மிச்சங்களை
சிசுவாக சுமக்கிற
கருவறை
எனக்கு வேண்டாம்.
உங்கள்
ஏற்றத்தாழ்வு
எச்சங்களை
சுமந்ததால்
பாவம்
அவள் கருவறை
கழிவறை ஆனது.

நல்லவேளை
பிறப்பால்
நான் பெண்ணில்லை.
என்னை பெண்ணாக

நீங்கள்
ஏற்க மறுத்ததே
எனக்குக் கிடைத்த விடுதலை.

பெண்மைக்கு
நீங்கள் வகுத்துள்ள
அடிமை இலக்கணங்களை
நான் வாசிப்பதில்லை.
என்னை
இயற்கையின் பிழை
என்று தாராளமாய்
சொல்லிக் கொள்ளுங்கள்.
நான் யார் என்பதை
நானே அறிவேன்.

மதம் மறந்து
சாதி துறந்து
மறுக்கப்பட்டவர்கள்
ஒன்றுகூடி
வாழும் வாழ்க்கையை
வாழ முடியுமா
உங்களால்?

கருவில்
சுமக்காமலேயே
தாயாக முடியுமா
உங்களால்?

மார்முட்டி
பசியாறாமலேயே
மகளாக முடியுமா
உங்களால்?

என்னால் முடியும்.

உங்களின் ஆணாதிக்கக்
குறியை அறுத்துக் கொள்ளுங்கள்.
நீங்கள் யார் என்பதை
அப்போது
நீங்கள் அறிவீர்கள்.

பிறகு சொல்லுங்கள்
நான் பெண்ணில்லை என்று.

✳ ✳ ✳

விதியை எழுதினேன்

கடவுளுக்கு
மனைவியாகி
ஒரே நாளில்
விதவையான
ஒரு பரிசோதனை
கவிதை நான்..
என் தாலியின் வாழ்வு
ஒருநாள் மட்டும்.

அறுத்த என் தாலி
எங்கோ மரத்தில்
கட்டப்பட்டு
மக்கிப்போய்
மண்ணாகியிருக்கும்.

அந்த தாலி
என் விதியை
நிர்ணயிப்பதில்லை
என்பதை அறிந்துகொண்டேன்.

எல்லோருக்கும் ஜாதகம்
இருக்கும்.

எனக்கு இல்லை
என் விதியை
நானே எழுதிக்கொள்ள
எனக்கிருக்கிறது
வலிமை மிக்க
ஒரு மனம்,
தெளிவு பெற்ற
என் அறிவு.

அறுத்தெறிந்த தாலிக்கு
அர்த்தமில்லை,
வெறும்
மஞ்சள் கயிறு
அதில் ஒன்றுமில்லை
அந்த வேதனைச்சடங்கு
எனக்கு வேண்டாம்.

சடங்குகளை மூட்டைகட்டி
சாக்கடைக்குள் போட்டபின்
புன்னகை செய்யக்
கற்றுக்கொண்டேன்
பூக்களோடு பேசக்
கற்றுக்கொண்டேன்
காதலிக்கக்
கற்றுக்கொண்டேன்

கவிதை எழுதக்
கற்றுக்கொண்டேன்

கவிதையாகவே
வாழவும் இன்று கற்றுக்கொண்டேன்..

❋ ❋ ❋

ஓங்கிக்கைதட்டு!

திருநங்கையே!

பெருமழையின்போது
ஒலிக்கின்ற
பேரிடிபோல
பூமி அதிர அதிர
ஓங்கித்தட்டு
உன் கைகளை!

பெற்றோரை
முதியோர் இல்லத்தில்
கண்ணீரில்
தள்ளிவிட்டு
காண்பதற்கு நேரமின்றி
காசு பண்ண அலையும்
இரக்கமற்ற பிள்ளைகளின்
இருண்ட இதயங்களில்
வெளிச்சக்கீற்று
விழும்வரை
ஓங்கி ஓங்கித்தட்டு
உன் கைகளை!

தாய்மொழியை
மறந்துவிட்டு
அந்நிய மொழியை
அருமை மொழியாய்
எண்ணி
பெருமையாய் கற்கும்
அறிவற்றோர் அனைவரும்
வெட்கித் தலைகுனிந்து
வேகமாய் தமிழ்கற்க
ஓங்கித்தட்டு
உன் கைகளை!

மதங்களின் பெயரால்
பெண்களை
அடிமைகொள்ளும்
மனம் இருண்ட
கலாச்சார காவலர்களின்
மடமை ஒழிக
ஒழிக ஒழிகவென்று
ஓங்கி ஓங்கித்தட்டு
உன் கைகளை!

ஏர்உழுத நிலங்களை
ஏமாற்றி வாங்கிக்கொண்டு
பன்னடுக்கு வீடுகட்டிக்
கூறுபோட்டு
கூவிவிற்கும்

பெருமுதலாளிகளின்
செவிப்பறை கிழிந்து
தொங்கும்வரை
ஓங்கி ஓங்கித்தட்டு
உன் கைகளை!

இதுவரை
கைதட்டி
நமக்காக
கையேந்திய
இக்கைகள்

கேலியை
கிண்டலை

நெருப்பாக
சுட்டெரிக்க
ஓங்காரமெழுப்பிய
இக்கைகள்

மகிழ்ச்சியிலும்
குலவியிலும்
கூப்பாடுபோட்ட
இக்கைகள்

இனி
புத்தகங்கள்

திறந்து
புதுவுலகம்
சமைக்கட்டும்!

— 47 —

அநீதிகளை
அம்மணமாக்கி
சவுக்கடி
கொடுக்கட்டும்!

மாபெரும் சபைகளில்
மாமனிதர் நடுவினில்
தோள்களில்
மாலையோடு
கைகூப்பி
வணங்கட்டும்!

திருநங்கையே!

பெருமழையின்போது
ஒலிக்கின்ற
பேரிடிபோல
பூமி அதிர அதிர
ஓங்கித்தட்டு
உன் கைகளை!

✳ ✳ ✳

தாயம்மாவும், தாயுமானவனும்

வேண்டாமென்று
நான் வெறுத்ததை
மருத்துவர்கள்
வெட்டி அகற்றியபின்
வெற்றிடத்தின்
கட்டுக்களை
தொட்டுத் தொட்டுப்
பார்க்கிறேன்.
இன்னும்
உணர்வுகள்
இல்லை.

மீண்டுமொருமுறை
பிறந்தது போல
பெண்ணாய்
உருகி
மகிழ்விலும்
மயக்கத்திலும்
வலியிலும்
கிடந்துகொண்டே
சற்றே

தலைசாய்த்து
பார்க்கிறேன்.

குழாயில்
வெளியேறிய
என் மூத்திரம்
அள்ளி
கழுவிக்கொண்டிருந்தான்
என் தோழன்.

படுக்கையை
நனைத்த
என் குருதிக்கறைகளை
துடைத்தபின்
என் முகத்தையும்
கைகளையும்
கால்களையும்
ஈரத்துவாலையால்
துடைத்தாள்
என் தோழி.

தோழமை
தாய்மையானதன்
உன்னதத்தையும்
தந்தைமையானதன்

கண்ணியத்தையும்
அறுபட்டுக் கிடந்த
அவ்வேளையில்
கண்ணாறக் கண்டேன்.

மீண்டும்
குழந்தையானேன்.

கண்களின்
தழும்பிய
அன்பும்
நெஞ்சில் நிறைந்த
நன்றியும்
கன்னங்களில்
வழிந்து வழிந்து
தலையணை
நனைத்தது.

இக்கணம்
இப்படியே
இன்னும்
இன்னும்
உறைந்துவிடாதோ
என்று
தோன்றியது.

இப்பிறவியில்
எவ்வாறு
கைமாறு
செய்வேன்
இவர்களுக்கு?

✳ ✳ ✳

இப்பிறவியில்
எவ்வாறு
கைமாறு
செய்வேன்
இவர்களுக்கு?

அம்மா

அன்று
என்னை
பெற்றெடுத்து
ஆண்பிள்ளை
பிறந்ததென்று
உச்சி முகர்ந்து
பெருமிதம் கொண்டாய்
பெயர் வைத்தாய்.

இன்று
புடைவையை
சுற்றிக்கொண்டு
புதிய பெயர்
வைத்துக்கொண்டு
பூக்களை
தலையில் சுமந்து
ஜிமிக்கித்தோடும்
வளையல்களும் ஆட
நம்வீட்டு வாசலில்
கடைசி மன்றாடுதலுடன்
நிற்கிறேன்.

என்னை
நிராகரிக்காதே அம்மா.
ஆணாயினும்
பெண்ணாயினும்
அதுவாயினும்
எதுவாயினும்
நான் உன் பிள்ளைதானே அம்மா?

உன் அன்புக் குரலால்
என்னை உள்ளே அழை.
ஊர் சிரிக்கும்
உறவுகள் உதறிவிடும்
என்று அச்சம்கொண்டு
நீ என்னை
நிராகரித்தால்
நரகக் குழியில்
நானும் விழுவேன்.

ஐயோ
அழாதே அம்மா
நீ என்னை
நிராகரித்தால்
சுயத்தை இழந்து
கைதட்டிக் காசு கேட்டு
கையேந்துவேனே அம்மா.

ஐயோ
கதவுகளை மூடாதே அம்மா
கதவுகளை மூடாதே!
நீ என்னை
நிராகரித்தால்
என்
பசியாற்ற
ஆடைகளைந்து
ஆண்களுக்கு
விருந்தாக
அம்மணமாவேனே அம்மா.

அம்மா நான்
கொலை செய்தேனா
கொள்ளை அடித்தேனா
பெண்ணாகத்தானே
ஆசைப்பட்டேன்.
நீ என்னை
தூக்கி எறிந்தால்
வீதியில் வெறும்
குப்பையாகத்தான்
விழுவேன் அம்மா.

அம்மா அம்மா
அம்மா அம்மா
உன் காலில்

விழுகிறேன்.
என்னை
ஏற்றுக் கொள்
அம்மா.

❋ ❋ ❋

ஒரு குழந்தையும் நானும்

கல்கி ஆன்ட்டி....

சொல்லு செல்லம்மா....

வெள்ளாடலாமா?

மம்.. சரி செல்லம்மா.
கயிரும் வளையமும்
எடுத்துட்டு வரேன்...

ஆன்ட்டி...

சொல்லு செல்லம்மா..

நீங்க
ரொம்ப அழகா இருக்கீங்க
ஆனா உங்க கொரல் மட்டும்
பையனாட்டம் இருக்கே..
ஏன் ஆன்ட்டி ?

அதாவது செல்லம்மா
நான் பையனாத்தான்
பொறந்தேன்,

ஆனா அப்படி என்னால
வாழ முடியல
சந்தோஷமா இல்ல..
பொண்ணா ஆயிட்டேன்..

அப்படியா ஆன்ட்டி.. ?

ஆமா செல்லம்மா..

சரி ஆன்ட்டி..
வாங்க ..
வெளயாட போலாம்!

❋ ❋ ❋

நிர்வாணம்

என் குருபாய்
புதிதாய் பரிசளித்த
கொலுசுகள்
என் கால்களில்
சிணுங்கின.

உள்ளத்தின்
மகிழ்ச்சி
உதட்டில் பொங்க
பாடிக்கொண்டே
பட்டாம்பூச்சியாய்
பறக்கிறேன்
நடக்கிறேன்.

'போகிறது பார்
பொட்டை'
என்று
நகைத்துச் சிரித்தார்கள்
ஆண்மையை
தொங்கவிட்டுக் கொண்டிருப்பவர்கள்.

சட்டென்று
செத்துப் போனது
என் புன்னகை.
விறுவிறுத்து
வேர்க்கிறது எனக்கு.
உடல் முழுக்க
கிளை விரித்த
நரம்புகளிலெல்லாம்
நெருப்பேற
நறநறவென்று
பற்களை கடிக்கிறேன்.

பரபரக்கும்
என் விரல்நகங்கள்
வேல்களாக
மாறத் துடிக்கின்றன.

அற்பர்கள் மீது
புலியாய் பாய்ந்து
வயிறு கிழித்து
குடல் உருவ
வெறி ஏறுகிறது.

கோபங்கள்
சாபங்களாய்
சீறிச் சீறி

அவர்கள்மேல்
விழுந்தன.
அரை நிர்வாணமானேன்.

அப்போது ஒருவன்
'ஏண்டா, பொம்பளயாடா நீ?
சேலைய அவுத்துட்டு நிக்கற'
என்றான்.

அன்று
சபையினர் முன்பு
பெண்மையின்
மானம் காக்க
சேலை கொடுத்தான் கண்ணன்.
இப்போது அவன்
எனக்கு வேண்டாம்.

இன்று
என் பெண்மையை
நிரூபித்து
மானம் காக்க
கண்ணீருடன்
என் சேலையை
நானே அவிழ்க்கிறேன்.

"பாருடா
கண்டார-....மவனே...

நான் ஆம்பள இல்லடா
பொம்பள"
ஓங்கி ஓங்கி
கைகளை அடித்தேன்
வெறியோடு.

✻ ✻ ✻

நான் ஆம்பள இல்லடா
பொம்பள"
ஓங்கி ஓங்கி
கைகளை அடித்தேன்

முன் குறிப்பு

தோழி..?

சொல்லுங்கள் தோழர்.

தவறாக நினைக்கவில்லையெனில்
ஒன்று கேட்கட்டுமா?

கேளுங்கள். தவறாக நினைக்கமாட்டேன்.

உங்கள் மார்பு உண்மையா?

ம்.

ஓ..
தவறாக நினைக்கவில்லையெனில்
இன்னொரு கேள்வி...

ம்...

உங்களுக்கு பெண்குறி உண்டா?
பெண்ணைப்போலவா?

ம்.........! ஆமாம்

தோழர்...?.

சொல்லுங்கள் தோழி..

தவறாக நினைக்கவில்லையெனில்
ஒன்று கேட்கட்டுமா?

தயங்காமல் கேளுங்கள் தோழி
தவறாக நினைக்க மாட்டேன்.

உங்களுக்கு ஆண்குறி உண்டா?

??!!!??

❋ ❋ ❋

திருநங்கை அழகி

வண்ணங்களுக்கும்
வெளிச்சங்களுக்கும்
கவர்ச்சிக்கும்
கைதட்டல்களுக்கும்
நடுவே
மூவர் தலையிலும்
கிரீடங்கள்
சூட்டப்பட்டன.
ஆஹா.. அழகிகள்.

வெற்றிபெற்றோம்
வெளிச்சம் பெற்றோம்
இனி விடியல்தான்
நமக்கு
என்று மூவரில் யாரும்
நம்பவில்லை.

முதல் அழகி
பத்தாயிரம் மதிப்புள்ள
பரிசுப்பொருளை
பெற்றாள்.
இரண்டாம் அழகி
அய்ந்தாயிரம் மதிப்புள்ள

பரிசுப்பொருளை
பெற்றாள்.
மூன்றாம் அழகி
இரண்டாயிரம் மதிப்புள்ள
பரிசுப்பொருளை
பெற்றாள்.

படபடத்த
வெளிச்ச ஒளிகளில்
புகைப்படங்கள்
எடுக்கப்பட்டன.
நாடெங்கிலும்
ஊடகங்களில்
அழகிகளின் முகங்கள்.

நிகழ்ச்சி முடிந்ததும்
கிரீடங்கள் பிடுங்கப்பட்டன.
எனினும்
ஆனந்தம் பரவசம்!

மூன்று நாட்கள் கழித்து
மூன்று அழகிகளும்
தெருவில்.
எப்போதும் போல
பிச்சைக்கும்
பாலியல் தொழிலுக்கும்.

✳ ✳ ✳

ஏதோ ஒன்று

சமைக்கத் தெரியுமாடி உனக்கு?

சமைக்கப் பிடிக்காது.

கோலம் போடுவியாடி?

தெரியாதே.

என்னடி கோத்தி நீ?

சிரித்தேன்.

சுடிதாரை விட
புடவைல அழகு நீ
புடவை கட்டுடி.

கட்டத்தெரியாது குருபாய்.

ஒன்னும் தெரியல
பொம்பளன்னு சொல்லிக்கற.
சிரித்தாள் என் குருபாய்.

பெண் என்பவள்
இதுவே இதுதான்
என்றால்
பெண்ணில்லை நான்
ஏதோ ஒன்று.

❋ ❋ ❋

பெண் என்பவள்
இதுவே இதுதான்
என்றால்
பெண்ணில்லை நான்
ஏதோ ஒன்று.

வரம் கொடு

காளி, மகாகாளி!
எல்லையற்ற
மகாசக்தியே!
நான்கு வரங்கள்
கொடு எனக்கு,

முதலில்
காலச்சக்கரத்தை
கையில் கொடு.

அகன்ற அக்னி விழிகளும்
நீண்ட கோரைப் பற்களுமாய்
பகைவர் அஞ்சும்
பயங்கர முகம் கொடு.

இறுக்கவும், அறுக்கவும்
வதைக்கவும், சிதைக்கவும்
ஆயுதங்கள் தாங்கும்
இருபது கைகள் கொடு.

அன்போடு தழுவும்
குழந்தை மனமும்
ஆற்றாமை அகற்றும்

வலிமை குணமும்
ஒன்றாய் கொண்ட
இதயம் கொடு.

நான்கு வரங்கள்
தாயே நீ தந்தபின்
விதியினை மாற்றி
புதியதை எழுதவே
காலச்சக்கரத்தை
சுழற்றிச்சுழற்றி
செல்வேன் பின்னே.

எனக்கு முன்பும்
அதற்கு முன்பும்
எம்மை
சூறையாட விழைந்த
கயவர்களின்
கைகளை
கதறக் கதற
அறுப்பேன்.

எம் உயிர்பறிக்க
எத்தனித்த
வெறியர்களின்
தலைகளை
கொய்து கொய்து
மாலைகளாய்

கோர்த்துக்கோர்த்து
மார்பின்மேல்
ஆட ஆட
தவழவிடுவேன்.

அனைத்தையும்
இழந்ததாய்
தற்கொலைகளில்
உயிர் முடிக்க
எத்தனித்த
எம்மக்கள்
விதிதனை மாற்றி
வாழ்வைத் தழுவும்
வழிகளை காட்டுவேன்.

வயிற்றுப் பசிக்கு
உடலை விற்று
உயிர்க் கொல்லிகளை
உள்ளுக்குள் வாங்கி
மரணப் படுக்கையில்
மரத்துக் கிடப்போரை
மார்போடு அணைத்து
மீட்டெடுப்பேன்.

எம்மைத் துரத்திய
அம்மையும் அப்பனும்
உணர்வுகள் புரிந்து

வேதனையில்
வெட்கித்து
ஓடோடி வந்து
அழைத்துச் செல்லவே
உரத்து உரத்து
ஓலமிட்டு
உண்மைகளை
உலகுக்குச் சொல்வேன்

காதலால் கருகி
காயங்கள் புரையோட
வலிகளை மட்டுமே
விழிகளில் சுமந்த
நங்கையரின்
வாழ்வுதனில்
நிலைத்து நின்றிடும்
புதிய காதலையும்
பூமுகத்தில் புன்னகையும்
நிரந்தரமாக்கித் தருவேன்.

வரங்கள் தந்தேன்
கேட்டபடி
நான் உனக்கு,
உன்னை கொடு
இக்கணமே எனக்கு
என்று என் தாயே
என்னை நீ

கேட்பாயெனில்
அக்கணமே
உன் காலடியில் வீழ்ந்து
எனதுயிரை உனதாக்குவேன்.

தாயே
மகாகாளி
இக்கணமே
இப்பொழுதே
நான்கு வரங்கள்
கொடு எனக்கு.

❋ ❋ ❋

அவள்

அவள் நெற்றியில்
இட்ட செந்தூரம்
அக்னிப்பிழம்பைப் போல
தகதகவென்று மின்னியது.

அவளின்
பச்சைநிற புடவையில்
தவழ்ந்த முந்தானை
காற்றில் அங்குமிங்கும்
ஆடுவது
அவளின் றெக்கைகள்
மெல்ல மெல்ல
அசைவதுபோல
உணர்ந்தேன்.

கைகளைத் தட்டிக்கொண்டு
ஒவ்வொரு மகிழுந்தாக
நடந்து சென்றாள்
கண்ணாடிகளை தட்டினாள்
காசு வாங்க.

உள்ளிருந்தவர்களெல்லாம்
கடந்தகால

நினைவுகளிலும்,
நிச்சயமற்ற
எதிர்காலங்களிலும்
இறுகிப் போயிருந்தனர்.

அவள்மட்டுமே
நிகழில் இருந்தாள்
விடுதலை பெற்ற
றெக்கைகளோடு
நகர்ந்துகொண்டே இருந்தாள்!

✻ ✻ ✻

இனி என்னிடம் பதில் இல்லை

நான்
திருநங்கையை
போலவே இல்லை
என்று
நீங்கள் சொல்வதை
கேட்டுக் கேட்டு
சோர்ந்துவிட்டேன்,

நான்
ஒரு பெண்ணைபோலவே
இருப்பதாக
நீங்கள் சொல்வதை
கேட்டுக் கேட்டு
சோர்ந்துவிட்டேன்,

நான் தைரியமானவள்
என்று
நீங்கள் சொல்வதை
கேட்டுக் கேட்டு
சோர்ந்துவிட்டேன்,

என் குரலைத் தவிர
எல்லாம் பெண்மை
என்று

நீங்கள் சொல்வதை
கேட்டுக் கேட்டு
சோர்ந்துவிட்டேன்,

முதன்முறையாக
திருநங்கையாக
நீ எப்போது
உணர்ந்தாய்
என்று
நீங்கள் கேட்பதை
கேட்டுக் கேட்டு
சோர்ந்துவிட்டேன்,

நான்
என் குடும்பத்தோடுதான்
வசிக்கிறேனா
என்று
நீங்கள் கேட்பதை
கேட்டுக் கேட்டு
சோர்ந்துவிட்டேன்

உங்களை ஆசீர்வாதம்
செய்யச் சொல்லி
நீங்கள் கேட்பதை
கேட்டுக் கேட்டு
சோர்ந்துவிட்டேன்

என்மீதான
உங்கள் ஆர்வத்தால்
நான் சோர்ந்துவிட்டேன்

– 77 –

என்மீதான
உங்கள் பார்வைகளால்
சோர்ந்துவிட்டேன்

என்மீதான
உங்கள் பரிதாபத்தால்
சோர்ந்துவிட்டேன்

உங்களுக்கும்
உங்களைப்போன்ற
லட்சம் மனிதர்களுக்கும்
நான் தெரிவிப்பது
இதுதான்,

நான்
ரத்தமும் சதையும்
வலியும் மகிழ்வும்
மனசாட்சியும்
நம்பிக்கையும் கொண்ட
சாதாரண மனுஷி,

என் வாழ்க்கை பற்றிய
உங்களின் கோளாறான
கேள்விகளுக்கு
இனி என்னிடம்
எப்போதும்
பதில் இல்லை.

✻ ✻ ✻

என் வாழ்க்கை பற்றிய
உங்களின் கோளாறான
கேள்விகளுக்கு
இனி என்னிடம்

ஒருமுறையேனும்

ஒருமுறையேனும்
அம்மாவை
பார்த்துவிடவேண்டும்
என்று துடிக்கிறேன்.

சற்றுமுன் இறந்துவிட்டாள்
என்று சேகரன் அலைபேசியில்
சொன்னான்
அப்பாவும், அண்ணனும்
அக்காவும், தம்பியும்
என்னோடு பேசுவதில்லை.

அம்மா மட்டும்
மணியின் அலைபேசியில்
பாண்டிகையின்போதெல்லாம்
பேசி அழுவாள்.

அவள் அன்பு ஒன்றே
என் ரணங்களை
ஆற்றும்
மருந்தாக இருந்தது,

அவள் குரல் ஒன்றே

என் முள்படுக்கை
வாழ்க்கையில்
மயிலிறகால் வருடும்
மறவா மகிழ்வானது.

இன்று அதுவும் இழந்தேன்.

ஓட்டை படகின்
ஒற்றை துடுப்பாக
வாழும் வாழ்க்கையில்
சிறு அர்த்தம் உண்டென்று
அவள் அன்பை
அனைத்திலும் அற்புதம்
என்றுணர்ந்து கெட்டியாக
பிடித்துக்கொண்டிருந்தேன்.

இன்று அதுவும் இழந்தேன்.

நான் ஊர் சென்று சேர்வதற்குள்
அவளை புதைத்துவிடுவார்கள்,

"அம்மாவே போனபிறகு
ஊருக்கு ஏன் போறே?
போயி என்னம்மா
பண்ண போற?
உனக்கு யாரு இருக்கா?"

என்றாள்
என் திருநங்கை மகள்.

ஒரு வெட்டவெளி
பொட்டல்காட்டில்
நீரின்றி தவிக்கும்
காலுடைந்த மான்குட்டிபோல
தவிக்கிறேன்.

ஆறுதல் சொல்லக்கூட
தெரியாத கூட்டம் எனது.

என் அறைக்குள் சென்று
தாழிடுகிறேன்

இயலாமை
என்னை இறுக்க
நரகம் நெஞ்சுக்குள்
நிழலாடுகிறது.

அப்படியே
தரையில் உட்கார்ந்து கதறுகிறேன்
இது மட்டுமே
இது மட்டுமே
இப்போது என்னால் இயலும்.

✳ ✳ ✳

இரண்டு

கவிதைக் காதலன்

ஒரு கவிதைக் காதலன்
காதல் கவிஞன்
வாழ்க்கைத் தோழனாய்
வேண்டும் எனக்கு.
என் இதயத்தையும்
அதில் நிறைந்த
காதலையும்
ஒரு கவிஞனுக்கே
கொடுப்பேன்.

முத்தம் என்றொரு
புதுக் கவிதையை
என் இதழ்களில்
எழுதவும்,
கவ்விய இதழ்களில்
கலந்துவிட்ட மூச்சோடு
காவியம் பாடவும்,
கவிதைக் காதலன்
வேண்டும் எனக்கு.

இப்பொழுதே
தன் காதலை
கவிதையாய்ச் சொல்லவும்

எப்பொழுதும்
கவிதையை
காதலுடன் சொல்லவும்
ஒரு காதல் கவிஞன்
கவிதைக் காதலன்
வாழ்க்கைத் தோழனாய்
வேண்டும் எனக்கு.

❊ ❊ ❊

காட்டுப்பூ

நிலவின்
மெல்லிய
வெள்ளை ஒளியில்
காட்டுப் பூவின்
காம்பு துடித்தது.

இரவும் சிலிர்த்த
ஈரக் குளிரில்
அதன் இதழ்கள்
வெடித்தன.

களவும், காதலும்
கற்றும் மறவாத
கள்வன்
ஒருவன்
களவாட
வருவானென்று
கள் சுமந்து
காத்திருந்தது
காட்டுப்பூ.

காட்டுப் பூவைக்
களவாடப்போகும்
கள்வன் யாரோ?

✳ ✳ ✳

காட்டுப் பூவைக்
களவாடப்போகும்
கள்வன் யாரோ?

மீண்டும் என் காதலன்

அங்கேயே நில்
அருகில் வராதே!

உன் ஆறடி உயரமும்
ஆள்துழைக்கும்
பார்வையும்
என் அருகில்
நீ வரவர
கிறுகிறுவென்று
கிறுக்குப் பிடிக்கிறது
எனக்கு.

உன்னை
காதலிக்கிறேன்
என்று
வெட்கம் மறந்து
நான் சொல்லச் சொல்ல
பளிச்சென்று ஒரு
மின்னல்
உன் கண்களில்
வெட்டிப்போனதையும்
உன் உதட்டின் ஓரம்
ஒரேயொரு முறுவல்

பூத்து மறைந்ததையும்
கண்டுகொண்டேன்.

ஆனாலும் உன்
ஆண்பிள்ளைத் திமிரை
எனக்குக் கொஞ்சம்
காட்டுவதில்
அப்படி ஒரு
ஆனந்தம் உனக்கு.

ம்ம்..
என்மேல் காதல்
இல்லை,
தோழமை மட்டுமே
என்கிறாய்.
எப்போதிருந்தடா
பொய் பேசக்
கற்றுக்கொண்டாய்?

என்னை உனக்கு
தந்து விடச்சொல்லி
என் ஆறாம் அறிவை
ஐந்தறிவுகளும்
நச்சரிக்கின்றன.

நீ தூரத்தில்
வரும்போதே

இங்கே
என் இதயம்
இடம் மாறிவிடுவேன்
தை தை என்று
குதிக்கிறது.

நீ அருகில்
வந்ததும்
உன்னை கட்டிக்கொள்ள
என் கைகள்
பரபரக்கின்றன
ஸ்பரிசம் வேண்டி
மார்பு
குறுகுறுக்கிறது.

போடா
உன் பொய்யெல்லாம்
நான் கண்டுபிடித்துவிட்டேன்

எனக்குப்பிடித்த
பாடலை
உன் அலைபேசியில்
வைத்துக்கேட்கிறாய்
எனக்கு தெரியாமல்
என்னை
புகைப்படம் எடுக்கிறாய்.

கண்விழிக்கும்போதும்
கண்மூடும்போதும்
என் புகைப்படத்தில்
முத்தம் கொடுத்து
ரசிக்கிறாய்.

எல்லாம் சொல்லிவிட்டாள்
உன் தங்கை.

என்னை
காதலிக்கிறாய்
ஆனாலும்
காதல் இல்லை
என்கிறாய்.

சரிசரி
கேட்டுக்கொள்.
இன்று மாலை
உன் வீட்டிற்கே வந்து
முத்தம் கொடுக்கப்போகிறேன்
என்ன செய்வாய்?

என் கன்னம் பழுத்தாலும்
பரவாயில்லை
இன்றே
என் காதல்
பழுக்கவேண்டும் எனக்கு.

வருவேன்.
தருவதற்கும்
பெறுவதற்கும்.
தயாராக இரு
என் கருவாய் கண்ணே!

✻ ✻ ✻

வருவேன்.
தருவதற்கும்
பெறுவதற்கும்.

ஒரு முத்தம்

கொஞ்சம் காதல்
கொஞ்சம் காமம்
நிறைய அன்பு
இவை மூன்றும்
இதயத்தின்
விளிம்பில்
தளும்பி நின்ற
ஒரு கணத்தில்
சட்டென்று
ஒரு முத்தம்
உன்
கன்னத்தில்
கொடுத்துவிட்டேன்.

உன் கன்னத்தில்தானேயடா
கொடுத்தேன்?
அதற்காக
இப்படியாடா
நடந்துகொள்வாய்?

என் தெருவிலுள்ள
அத்தனை
குழந்தைகளும்

ஒருவாரமாக
பை நிறைய
மிட்டாய்களை
மென்றபடி
படிப்பை மறந்து
பள்ளியை மறந்து
திரிந்துகொண்டிருக்கின்றன.

அத்தனை பெண்களும்
தபாலில்
நீ அனுப்பிய
புதுப் புடவைகளை
பிரித்துவைத்து
பக்கத்துவீட்டுக்காரிகளின்
புடவைகள்தான்
நன்றாக இருப்பதாக
பொறாமையில்
புழுங்குகிறார்கள்

ஆண்கள்
அத்தனைபேரும்
ஒருவாரமாக
பணிவிடுப்பில்.
பக்கத்து
மதுபானக்கடையில்
இலவசமாக
குடித்துக் குடித்து

இன்பமயக்கத்தில்
கிடக்கிறார்கள்.

என் அம்மாவும் அப்பாவும்
தங்களுக்கு மட்டும்
புடவையும் வேட்டியும்
இரண்டிரண்டாக
வந்ததை பற்றி
யாரிடமும் சொல்லவுமில்லை
நல்லவேளை என்னை
ஏனென்று கேட்கவுமில்லை.

நான் வசிக்கும்
தெருவே
உன் இலவசப் பரிசுகளின்
மயக்கத்தில்
இருக்க
மற்ற மூன்று தெருக்களும்
தங்களுக்கு ஏன்
அதிர்ஷ்டம் இல்லை
என்று ஏக்கத்தில்
திகைத்து நிற்கின்றன/

குழந்தைகளை
கடத்த நடக்கும்
சதிவேலை
இது என்று

பொறாமையோடு
மூன்றாம் தெரு
தனலட்சுமி அக்கா
கொளுத்திப்போட்ட
வதந்தியும்
கிளம்பியாயிற்று.

ஏனடா இப்படி?

காதலில் விளைந்த
உன் கருணை
எனக்கு பிடிக்கிறதுதான்,

ஆனால்
இத்தனை குறும்புக்கும்
எல்லையே இல்லையா?

ஒரு முத்தத்திற்கா
இப்படிச்செய்தாய்?

பார் பார்
எல்லாம் களேபரம்!

சிரிக்காதே!
இந்த சிரிப்புக்கு
மயங்கித்தான்

அன்று முத்தம்கொடுத்து
தொலைத்துவிட்டேன்.

என்னது...
கன்னத்தில்
கொடுத்ததனால்தான்
கோபித்துக் கொண்டாயா?
உதட்டில் கொடுத்தால்
உன் குறும்புகளை
நிறுத்திவிடுவாயா?

இதை முதலிலேயே
சொல்லித் தொலைக்க
வேண்டியதுதானேடா..

அருகில் வா..
இன்னும் அருகில்.

என் கண்களைப்பார்..

இந்தா
ம்ம்..ம்ம்ம்ம்..
இச்ச்!

✻ ✻ ✻

உன் மூச்சு

காற்றில்
கரைந்து போகும்முன்
கதவு ஜன்னல்களை
அவசரமாக
அடைக்கிறேன்.

உன் மூச்சுக்காற்றும்
உன் மெல்லிய
வியர்வை வாசமும்
என்னில் கரைய
நீண்ட ஒரு பெருமூச்சை
உள்வாங்கி
உன் சுவாசத்தையும்
உன் வாசத்தையும்
என் நுரையீரல்களில்
நிரப்பிக் கொள்கிறேன்.

பரவசம்
சிறகுகள் விரிக்கிறது.
விட்டுவிட
விருப்பமில்லை.
இத்தோடு
மூச்சு நின்றுவிடாதா..

உள்ளிழுத்த காற்றை
கொண்டுமட்டுமே
நான் வாழமுடியாதா..
திணறுகிறேன்
திணறுகிறேன்.

ஹா..

அடுத்தமுறை
நீ வரும்போது
உன் மூச்சும்
வியர்வையும்
என்னுள் மட்டுமே
உறுதியாய்
கலந்து
நனைந்து
கரைந்துவிட
வேறு உபாயம்
வைத்திருக்கிறேன்.

ஹ ஹ ஹா..

❈ ❈ ❈

ஒரு காதலின் மரணம்

நேற்றிரவு
என் காதலை
கொன்றுவிட்டேன்,
என்னை மகிழ்வித்து
பரவசத்தில்
திளைத்து
காதல்
போதையில்
வைத்திருந்து
கொஞ்சியும்
கெஞ்சியும்
விளையாடுவான்
அவன்.

அவனை
தலையில் தூக்கிவைத்து
மார்பில் கிடத்தி
மடியில் தாலாட்டி
மனதில் பூஜித்து
காதலை
கொண்டாடினேன்
உண்மையில்

நான் அவனுக்கு
வெறும்
விளையாட்டு பொம்மை
மட்டுமே
என்பதை
அறியாதவளாய்.

அவனுக்கு
நான் என்பது
என் உடல் மட்டுமே.

நெடுநாள் காத்திருந்து
அவனுடைய
சூதுவித்தையை
அவனிடமே கற்று
அவன் அம்பில்
ஒன்றைத்திருடி
அவனையே குறிவைத்து
வீழ்த்தினேன்.

அவனுக்கு
அம்புவிடுவது
மட்டும்தான்
தெரிந்திருக்கிறது.

துளைக்கப்பட்ட
இதயங்களின் தவிப்பும்
ஏக்கமும்
தெரியவில்லை,

பிரிவின் வலியும்
ஏமாற்றமும்
கண்ணீரும்
அவன்
அறியாதது.

அவனின்
ஈர்ப்பு
என் மூச்சையே
மௌனித்துவிடும்
என்பதால்தான்
கொன்றுவிட்டேன்.
அவனுக்கு
இதயம் என்ற ஒன்று
இருந்தால்
அதில் காதல்
கொஞ்சம் இருந்தால்
என் இதயம் அறுத்த
அவனும்
காதலின் வலியை
அனுபவித்துப்பார்க்கட்டும்.

எனவே
நேற்றிரவு
என் காதலின்
சூது அறிந்து
கொன்றுவிட்டேன்.

✳ ✳ ✳

எனவே
நேற்றிரவு
என் காதலின்
சூது அறிந்து
கொன்றுவிட்டேன்.

உன்னில் விழுகிறேன்

உன்
முரட்டுக்கைகளில்
என்னை வளைத்தும்
பிடித்தும்
முத்தங்களால்
இம்சித்தும்
மோதி மோதி
என்னை
முழுவதும்
உனதாக்குகிறாய்,

உன்
எச்சங்களை மட்டும்
எனதாக்கிவிட்டு
எழுந்துவிட்டாய்
நீ.

இன்றேனும்
எழுந்துவிடுவேன்
என்று

நினைத்தும்
எழமுடியாமல்
மீண்டும் மீண்டும்
உன்னில் விழுகிறேன்.

❊ ❊ ❊

கள் குடித்த கரடி

சாதியின்
பெருமைசொல்லி
சட்டைக்காலரை
தூக்கிவிட்டுகொண்டு
வெட்டிவீரமும்
வீண்பேச்சுமாய்
கள்குடித்த
கரடிபோல
ஏன் இப்படி
அலைகிறாய்?

காசும் பணமும்
கண்டவுடன்
கடவுளோடு சேர்த்து
காணாமல் போய்விட்டது
உன் வீரம்.

அது எப்படி
சாதி வெறிக்கு
காமம் மட்டும்
விதிவிலக்காகிறது?

என்ன சாதி
நானென்று
தெரியாமலேயே
எப்படியடா என் மடியில்
கிடக்கிறாய்?

நல்லவேளை
நாங்கள் அறுத்தெறிந்தது
ஆண்மையை மட்டுமல்ல
அயோக்கியத்தனத்தையும்தான்.

✳ ✳ ✳

வல்லூறுகளும், நீயும்

என்னை நீ
வன்புணர்வு
செய்யும்முன்
ஒன்று சொல்கிறேன்
கேள்!

புழுக்கள் நெளியும்
நாற்றமெடுத்த
பிணங்களை உண்ணும்
வல்லூறுகள் கூட
உயிரற்ற உடல்களைத்தானேயடா
உண்ணும்.

கிழிந்த
என் இதயமும்
வறுமையில்
கரைகின்ற என் உயிரும்
உடைபட்ட
உன் காமத்தால்
மேலும் சிதையும்.

எத்தனை நாட்கள்
என்னை நோட்டமிட்டாய்?

எத்தனை தூரம்
தொடர்ந்து வந்தாய்?
எத்தனைபேரை
எனக்கு முன்பு சிதைத்தாய்?

காய்ந்த வயிறும்
குழிவிழுந்த கண்களும்
இருண்ட நெஞ்சமுமாய்
உயிருள்ள பிணமாக
ஏற்கனவே
உருக்குலைந்துவிட்டேன்.

கருணையும்
காதலும்
சிறிதுமற்ற
உன் மனம்
அதன் உடல்
தினவின்
வெறிகொண்டு
என்னை புணரத்துடிப்பதால்
காமம்மீது
நான் கொண்ட
மிச்சப்பற்றும்
இற்றுப்போகும்.

என் மனமும்
என் சுயமும்

ரணமாகிவிட்டாலும்
இன்னும்
உயிருடன் இருப்பதற்கு
காரணம் தேடுகிறேன்.

என் உணர்வு குறித்து
எவ்வித கேள்வியுமின்றி
புணர்வு ஒன்றே
புரிதலான
உன்னை போன்றவர்கள்
வல்லூறுகளைவிடவும்
கொடிய
பிணந்தின்னிகள்.

நீ
என் உயிரை
உண்ணாமலிருக்க
என்னுடல்
நாற்றமெடுத்து
புழுக்கள்
நெளியவேண்டும்
என்பதே
இக்கணத்தில்
பெருவிருப்பத்தொடு
ஏங்குகிறேன்.

✳ ✳ ✳

மூன்று

நான்கு குருவிகள்

நட்பின் பரிசாக
கூண்டில் அடைபட்டு
வண்ணக்குருவிகள்
நான்கு வந்தன,

சிறகுகள் இருந்தும்
விரிக்க இயலாத
சின்னக்கூண்டு.

திணையும் தண்ணீரும்
தவறாமல்
தந்தாலே போதும்
முட்டைகள் இட்டு
குஞ்சு பொறித்துவிடும்
என்றான் தோழன்,

மனதைக்கவர்ந்த
மஞ்சள் குருவிகள்
கீச்சிடவில்லை
மவுனம் காத்தன,

முதல் இரு இரவுகளின்
கறுப்புக்கனவுகளில்

கைதிக்குருவிகள்
என் கால்களை உடைத்தன,

சிறைபட்ட
பெண்மைபோல
என் மனம்
கூண்டில்
சிக்கித்தவித்தது.

மூன்றாம்நாள் அதிகாலை
கூண்டின் கதவை
பியித்து எறிந்தேன்.

விடுதலை பெற்று
ஒவ்வொன்றாய்
சிறகு விரித்து
சிலிர்த்துப் பறந்தன
வண்ணக் குருவிகள்.
விடியலின்
வெளிச்சக்கீற்று
கருமை கலைத்தது
சிறைபட்ட
என் பெண்மைக்கு
நான்
கொடுத்தக்கொண்ட
விடுதலைபோல.

✳ ✳ ✳

இப்பொழுது

ஏதோ ஒன்றை
நிரூபிக்கும்
நிர்பந்தத்தில்
கனவு நூலேணிகளை
பிடித்துப் பிடித்து
மெல்ல மெல்ல
ஏறிக்கொண்டு
மேலே செல்வதாய்
நம்பிக் கொண்டிருக்கிறோம்.

எங்கோ தொலைவில்
இருப்பதாய்
நாம் நம்பும்
ஏதோ ஒன்றை
அடைந்திடுவோமென்று
நிச்சயமற்ற
காலம் நோக்கி
நகர்ந்துகொண்டிருக்கிறோம்.

நம்மையே நாம்
உறுதி செய்ய
உறவுக்கயிற்றால்
பிணைத்துக் கொண்டிருக்கிறோம்.

இப்பொழுதும்
இக்கணமும்
இது மட்டுமே
உண்மை
என்று சொன்னாலும்
மறுக்காமல்
புன்னகைத்து
மயங்கிக் கிடக்கிறோம்.

❈ ❈ ❈

தலைமுறை

பூமியை
குடைந்து குடைந்து
கல் எடுத்தீர்
மண் எடுத்தீர்
பொன் எடுத்தீர்

பேராசை கொண்டு
மலைகளையெல்லாம்
தரைமட்டமாக்கி
பணத்தில் புரண்டீர்
சொகுசில் திளைத்தீர்,

கடல் மடிகளை
துழைத்துத் துழைத்து
எண்ணை எடுத்தீர்
பூமியை
புண்ணாக்கினீர்,

ஆற்றுமணலை
அள்ளி அள்ளி
ஆறுகளை
பள்ளங்களாக்கி
பாலைவனங்களாக்கினீர்,

அணுமின் உற்பத்தி
தொடங்கி
அத்தனை
உயிர்களின்
ஆயுளுக்கும்
ஆப்பு வைத்தீர்,

பத்துத் தலைமுறைக்கும்
சொத்துச் சேர்த்ததாக
பல்லிளித்தீர்
கர்வம் கொண்டீர்
மார் தட்டினீர்,

இப்போது
உமது
நிலத்து வேரில்
ஊரும் நீரை
உமக்கே
தெரியாமல்
உறிஞ்சி
புட்டியில்
அடைத்து விற்கும்
கூட்டமும்
வந்துவிட்டது,

ஓ அதனாலென்ன

எல்லாம் பணம்
என்பீரோ?

அட முட்டாள் பயலே!
பத்துத் தலைமுறையின்
சொத்து
பொன்னல்ல
மணியல்ல
தண்ணீர்தானேயடா.

உனது
மூன்றாம் தலைமுறையே
தண்ணீருக்கு
ஆலாய்பறந்து
அடித்துக்கொண்டு
சாவதற்கு
நீயே
மண்ணள்ளி
போட்டுவிட்டாயே.

பத்துத் தலையாவது
பத்துத் தலைமுறையாவது
தலையில்
துண்டைப் போட்டுக்கொள்ளு
போ!

❊ ❊ ❊

நான்கு

கல்வி என்றொரு வரம்

ஒரு திருநங்கை எதிர்கொள்ளும் எல்லா சவால்களையும் எதிர்கொண்டு வாழ்ந்து வருபவர்களில் நானும் ஒருத்தி. வலிமிகுந்த எத்தனையோ கணங்களைக் கடந்து வந்திருக்கிறேன், ஆனால், திருநங்கைகள் கடைவீதிகளிலும், பொது இடங்களிலும், தொடர் வண்டிகளிலும் கையேந்தி நிற்பதைக் காணும்போது மனதில் ஏற்படும் வலியை விவரிக்க வார்த்தைகளே இல்லை. அதைவிட வலி ஏற்படுத்துபவை, பாலியல் தொழில் செய்ய சாலையோரங்களில் திருநங்கைகள் காத்திருக்கும் காட்சிகள். பெரும்பாலானவர்கள் நல்ல வேலைக்கு செல்லக்கூடிய தகுதி இல்லாதவர்கள். போதுமான வாழ்வாதாரங்களைப் பெற முடியாதவர்கள்.

இதற்கு முக்கியக் காரணம் இவர்கள் பள்ளிப்படிப்பைப் பாதியிலேயே நிறுத்தியதுதான். புறக்கணிப்புகளாலும், அவமதிப்புகளாலும் வேறு வழியில்லாமல் கல்வியைக் கைவிட வேண்டிய நிலை. கல்வித் தகுதி இல்லாததால் பின்னர் பிழைப்புக்காகப் பிச்சையெடுப்பதிலும், பாலியல் தொழிலிலும் ஈடுபடும் நிலைக்குத் தள்ளப்படுகிறார்கள். பின்னர், அந்தக் கொடூர வட்டத்திலிருந்து வெளிவர முடியாமல் தவிக்கிறார்கள். இந்த நிலையை மாற்ற, பள்ளிகளிலிருந்தே மாற்றத்தை ஏற்படுத்த வேண்டும்.

புரிதலின்மை

டெல்லி பல்கலைக்கழகத்தின் சமூக அறிவியல் துறைப் பேராசிரியர் ராஜேஷும், ஆராய்ச்சி மாணவர் அஸ்லாம் நவேதும் 'மாற்றுப் பாலினத்தவர் கல்வி மற்றும் வேலைவாய்ப்பு' எனும் தலைப்பில் தங்களது ஆராய்ச்சிக் கட்டுரையைச் சமூகநீதித் துறை அமைச்சகத்திடம் சமர்ப்பித்துள்ளனர்.

"சமூகத்தின் தாக்கத்தாலும், மதிப்பீடுகளாலும் ஆசிரியர்கள் மாற்றுப் பாலினத்தவரைக் குற்றவாளிகளாகக் கருதுகின்றனர். மாற்றுப் பாலினத்தவரைப் பற்றிய புரிந்துணர்வு இல்லாததாலும், பாலினப் பன்முகத்தன்மை பற்றிய போதிய அறிவில்லாததாலும், கல்விக்கூடங்களில் பாலினம் உறுதிப்படுத்தப்படாத மாணவர்கள் பாரபட்சமாக நடத்தப்படுகின்றனர். குடும்பத்தாலும், சமூகத்தாலும் தனிமைப்படுத்தப்படும் இவர்களுக்குக் கல்விக்கூடங்களிலும் ஆதரவு இல்லாததால் பள்ளிப் படிப்பைப் பாதியிலேயே விட்டுவிடுகின்றனர்" என்று அந்தக் கட்டுரையில் குறிப்பிடப்பட்டிருக்கிறது.

நாங்கள் பால் மருவியவர்கள். குழந்தைகளாக இருந்தபோது பள்ளியில் கேலிக்கும், கிண்டலுக்கும், ஏன் வன்கொடுமைக்கும் ஆளானோம். உச்சபட்சக் கொடுமையாக பெற்றோர்களாலும் நிராகரிக்கப்பட்டோம். எங்களில் பெரும்பாலானோர் பள்ளிப் படிப்பையும், கல்லூரி படிப்பையும் தொடரத்தான் விரும்பினோம். ஆனால் கொடூர உலகம் எங்கள் கனவுகளைத் தகர்ந்தெறிந்துவிட்டது.

தங்கள் பாலினத்தை உறுதிசெய்ய இயலாமலும், சக மாணவர்களிடம் எப்படி நடந்துகொள்வது

என்று புரியாமலும் இளம் வயதில் பாலினம் உணர இயலாக்குழந்தைகள் படும் அவஸ்தையை எளிதாக விவரித்துவிட முடியாது.

இன்று அவலநிலையில் வாழும் திருநங்கைகளை அவர்கள் குழந்தைகளாக இருந்தபோது கேலிக்கும் கிண்டலுக்கும் ஆளாகாமல் இருந்திருந்தால், ஆசிரியர்கள் அக்குழந்தைகளுக்கு ஆதரவும், கவனிப்பும் அளித்திருந்தால், அவர்களின் குடும்பங்கள் அவர்களை உள்ளவாறே ஏற்றுக்கொண்டிருந்தால் இந்த நிர்க்கதி அவர்களுக்கு நேரிட்டிருக்காது!

துளிர் மனங்களின் தூய்மை!

கடந்த பதினைந்து ஆண்டுகளாக நான் இந்தியா மற்றும் வெளிநாடுகளில் பள்ளி, கல்லூரி மற்றும் பல்கலைக்கழகங்களில் மாற்றுப் பாலினத்தவரின் உரிமைகளைப் பற்றிப் பேசுகிறேன். ஒவ்வொரு சந்திப்பிலும் கல்வியாளர்களும் மாணவர்களும் பல கேள்விகளையும், சந்தேகங்களையும் முன் வைக்கிறார்கள்.

ஏற்காட்டில் உள்ள தனியார் பள்ளிக்கு 2011 மற்றும் 2013 ஆண்டுகளில் பாலினப் பாகுபாடு பற்றி உரை நிகழ்த்த அழைக்கப்பட்டேன். மாணவர்களிடையே பாலினப் பாகுபாட்டைப் பற்றிப் பேசுவது ஒரு சவாலான பணி. அவர்களின் மனநிலைக்கு நம்மைத் தயார்படுத்திக் கொண்டும் அவர்களின் மொழியில் மென்மையாகவும், நேர்மையாகவும் பேசவேண்டும்.

பாலினம் என்பது பல்வேறு நிறங்களையுடைய நிறமாலை போன்றது. திறந்த மனதுடன் அதை

அவ்வாறே ஏற்றுக்கொள்ளவேண்டும் என்பதைப் பள்ளிகளில் உரையாடும்போது புரியவைத்தேன். மனித நேயத்துடனும், திறந்த மனதுடனும் அக்குழந்தைகள் என்னிடம் தங்களது சந்தேகங்களைக் கேட்டறிந்தனர்.

நான் பார்த்தவரையில் பெரியவர்களைவிட பரிசுத்தமானவர்களாகவும் மனிதர்களை அவர்களது நிறை குறையுடன் ஏற்றுக் கொள்ளக்கூடியவர்களாகவும் நிறைந்த கருணையுடையவர்களாகவும் இருக்கிறார்கள் குழந்தைகள். அவர்களுக்கு என்னை ஏற்றுக்கொள்வதில் எந்த ஒரு தயக்கமும் இல்லை. அவர்கள் என்னை ஒரு தோழியாகத்தான் பார்த்தனர்; மாற்றுப் பாலினத்தவராக அல்ல. எத்தனை அற்புதமான விஷயம் இது!

சமூகத்தின் பல்வேறு நிலைகளிலிங்களிலிருந்து வரும் மாணவர்களைக் கொண்ட அரசுப் பள்ளிகளில் இன்னும் வித்தியாசமான அனுபவத்தை எதிர் கொண்டேன். குறிப்பாக, கோத்தகிரி அரசினர் உயர்நிலைப் பள்ளியில். இப்பள்ளியில் படிக்கும் மாணவர்கள் சின்னஞ்சிறு கிராமத்தின், ஏழ்மையான குடும்பத்தைச் சேர்ந்தவர்கள். மாற்றுப் பாலினத்தவரின் உரிமைகள் பற்றியும் சமூகத்தில் அவர்களுக்கான இடத்தைப் பற்றியும் அறிவதில் அவர்களுக்குரிய ஆர்வத்தைக் கண்டு நெகிழ்ந்துபோனேன்.

குறிப்பாக, மாற்றுப் பாலினத்தவரின் சமூக அந்தஸ்து பற்றி அறிந்துகொள்வதில் அவர்கள் காட்டிய ஆர்வம் மனநிறைவைத் தந்தது. ஏழ்மையான மாற்றுப் பாலினத்தவர்க்கான பிரச்சினைகளுக்குத் தங்களுக்கே உரிய பரிசுத்தத்துடன் தீர்வுகளையும் கூறினர். குழந்தைகள் எல்லா இடங்களிலும் குழந்தைகள்தான்.

ஆசிரியர்களால் முடியும்

குழந்தைகள் என்னை நானாகவே ஏற்றுக்கொள்ளும் போது, பெரியவர்கள் ஏன் என்று ஏற்றுக்கொள்ள மறுக்கின்றனர்? பெரியவர்களுக்கு ஏன் இது அவ்வளவு கடினமாக இருக்கின்றது? பெரியவர்களின் மனது வெறுப்பு மற்றும் நஞ்சால் கலக்கப்பட்டுவிட்டதா? இந்தக் கேள்விகள் மனதைக் குடைகின்றன. இந்தக் குழந்தைகள், பெரியவர்களாகும்போது இவர்களின் மனதிலும் நஞ்சு கலக்கப்பட்டு, இவர்களும் குறுகிய மனப்பான்மையுடன் வளர்ந்துவிடுவார்களோ என்ற கவலையும் எழுகிறது.

மாணவர்களும், மாணவியர்களும் ஒருவரையொருவர் மரியாதையுடன் நடத்துவதிலும் மற்றவர்களுக்கான வெளியை ஏற்றுக்கொள்வதிலும் ஆசிரியரின் பங்கு மகத்தானது. பாலின மாறுபாட்டால் குழப்பத்தில் இருக்கும் குழந்தைகளை ஆசிரியர்கள் அனுசரணையுடன் நடத்தத் தொடங்கினால், மிகப் பெரும் மாற்றங்களை ஏற்படுத்த முடியும்.

எனவே, பாலின மாறுபாட்டின் அடிப்படைச் சிக்கல்கள் குறித்து முதலில் நாம் ஆசிரியர்களுக்குக் கற்பிக்கவேண்டும். மாற்றுப் பாலினம் மற்றும் பாலினத்தை உறுதிசெய்ய இயலாத மாணவர்களின் உரிமைக்காகப் பாடுபடுபவர்களும் குழந்தைகளின் உரிமைகளுக்காகப் போராடுபவர்களும் முன்னெடுக்க வேண்டிய விஷயம் இது. அனைத்துப் பள்ளிகளிலும் முதன்மைப் பிரச்சினையாகவும், ஆசிரியர்கள் தெரிந்துகொள்ள வேண்டிய அடிப்படைக் கூறாகவும் இதை வலியுறுத்திக் கூறவேண்டும். நமது பள்ளிகளில் பாடத்திட்டங்களில எங்கள் வாழ்வியல் பற்றிய கல்வியை கட்டாயமாகச் சேர்க்கப்பட வேண்டும்.

இந்தியா பல்வேறு மத, மொழி, கலாச்சாரப் பாரம்பரியத்தைக் கொண்ட நாடு மட்டுமல்லாமல், பல்வேறு பாலினப் பாகுபாட்டை உடையது என்பதையும், இச்சமூகத்தில் மாற்றுப் பாலினத்தவர்க்கான வெளியை நாம் ஏற்றுக்கொள்ள வேண்டும் என்பதையும் மாணவர்களுக்குத் தெளிவுப்படுத்துவதில் ஆசிரியரின் பங்கு இன்றியமையாதது.

உடல்ரீதியாகவும், மனரீதியாகவும் குழப்பத்தில் தவிக்கும் மாணவர்களைக் கண்டறிந்து அவர்களது பிரச்சினைகளைக் களைய ஆசிரியர்களால் முடியும். பாலின மாறுபாடு அடைந்து கொண்டிருக்கும் குழந்தையைச் சக மாணவர்கள் கேலி செய்யாமல், தங்களில் ஒருவராக அக்குழந்தையை நடத்துவதை ஆசிரியர்கள் ஊக்குவிக்க வேண்டும்.

சட்டம் எங்களைப் பாதுகாக்க முடியும். ஆனால், இழிவுபடுத்தும் நோக்கத்திலிருக்கும் சமூகத்திலிருந்து சட்டமும் மசோதாக்களும் எவ்வளவு காலம் எங்களைப் பாதுகாக்க முடியும்? சமூக மாற்றம் என்பது படிப்படியான ஒன்றே. ஒரு திருநங்கையாக, ஒரு பிள்ளை பெறாதத் தாயாக, ஒரு இந்தியக் குடிமகளாக, பாலினம் உறுதிசெய்ய இயலாத குழந்தைகளை இழிவுபடுத்தி பாகுபாடு காட்டும் இச்சமூகச் சூழலிலிருந்து அவர்களை விடுவித்து, மகிழ்ச்சியும் பாதுகாப்பும் மிக்க எதிர்காலத்தை அவர்களுக்கு அமைக்க உதவ வேண்டும். அதற்கு இச்சமூகத்திலிருக்கும் நீங்கள் எங்களோடு கைகோர்க்கவேண்டும்.

❋ ❋ ❋